ஞாபகப்
பெருங்களிறு

~

கஹதைகள்

~

ச. மோகனப்ரியா

•

சால்ட்

ஞாபகப் பெருங்களிறு - கவிதை
ஆசிரியர்: ச. மோகனப்ப்ரியா©
வெளியீடு: சால்ட்
நூல்களைப் பெற
+91 93 6300 7457
+91 89 3940 9893

●

GNAPAKA PPERUNKALIRU - POEMS
Author - Mohanapriya C ©
First Edition: December - 2023 Salt
Cover: Oviyar Manivannan
Layout: M Creative

●

Salt
115, MAS Residency Apartments,
S3, 2nd Floor, Kodambakkam, Chennai - 600 024
saltpublications@gmail.com
Ph: 89394 09893
Rs: 160/-
SG $: 15/-

சமர்ப்பணம்

சகமனிதர் மீதான அன்பின் பெருவெளியைத் திறந்து வைத்த ஆங்கில ஆசிரியர் ஆரப்பன் அவர்களுக்கும், தன் கூடுகள் விட்டு வலசை சென்று கண்டங்கள் தாண்டி வாழும் பறவைகளுக்கும், கலைகள் மீதான ஆர்வத்தைத் தட்டிக்கொடுத்து ஊக்குவிக்கும் அனைத்து நல்லாசிரியர்களுக்கும்...

நன்றி
சிங்கப்பூர் இலக்கிய அமைப்புகள்

கவிமாலை, தங்கமீன் கலை இலக்கிய வட்டம், வாசகர்வட்டம் மற்றும் இதர அமைப்புகள். தேசிய நூலக வாரியம், தேசிய கலைகள் மன்றம், ஆர்ட் ஹவுஸ் லிமிடட்.,

இதழ்கள்

ஆனந்த விகடன், யூத்ஃபுல் விகடன், உயிர்மை, சொல்வனம் இணைய இதழ், கணையாழி, வாசக சாலை இணைய இதழ், புரவி இதழ், யாவரும் இணைய இதழ், தமிழ் முரசு, சிராங்கூன் டைம்ஸ், மக்கள் மனம், தேக்கா எக்ஸ்பிரஸ் இணைய இதழ், மலேசிய இணைய இதழ் வல்லினம்.

நூலினை பதிப்பித்து உதவிய சால்ட் பதிப்பகம், எழுத்தாளர் நரன், கவிஞர் வெய்யில்.

அட்டைப்படம் வடிவமைத்த ஓவியர் மணிவண்ணன்

பாலு மணிமாறன், தாயுமானவன் மதிக்குமார், யாழிசை மணிவண்ணன், செந்தில்குமார் நடராஜன், மயூரன் கணேசலிங்கம், தமிழ் மன்ற தோழமைகள் மற்றும் உறுதுணையாய் நிற்கும் நண்பர்கள், உறவினர்கள்.

அன்பினால் கட்டுண்டு எல்லாவகையிலும் என்னைத் தாங்கிக்கொண்டிருக்கும் கணவர் யோகானந்த் மற்றும் மகள் பூஜா.

இவ்வுலகுக்கு வரக் காரணமான எனது பெற்றோர்.

மோகனப்ரியா சந்திரசேகரன்

கோயம்புத்தூரைச் சேர்ந்தவர். தகவல் தொழிற்நுட்பத்தில் இளங்கலை பொறியியல் பட்டம் பெற்றிருக்கிறார். கடந்த பதினைந்து ஆண்டுகளாகச் சிங்கப்பூரில் வசிக்கிறார். 2007 முதல் வலைப்பூவில் பூமகள் என்ற புனைப்பெயரில் கவிதைகள் மற்றும் சிறுகதைகள் எழுதி வந்தார். தற்சமயம், தனது சொந்தப் பெயரிலேயே படைப்புகள் எழுதி வருகிறார்.

சிங்கப்பூரின் தொலைக்காட்சிப் பிரிவான மீடியா கார்ப் செய்தி நிறுவனம் நடத்திய அலைபேசியில் வேகமாகத் தமிழில் தட்டச்சு செய்யும் போட்டியில் 2019 ஆம் ஆண்டு முதலாவதாக வந்து சிங்கப்பூர் சாதனைப் புத்தகத்தில் இடம் பிடித்திருக்கிறார். 2020 ஆம் ஆண்டு நடந்த சிங்கப்பூர் கவிதைத் திருவிழாவில் நடைபெற்ற கவிதைப் போட்டியில் "மரபும் புத்தாக்கமும்" என்ற கருவில் எழுதிய கவிதைக்கு முதல் பரிசு கிடைத்திருக்கிறது. 2022 ஆம் ஆண்டு நடந்த சிங்கப்பூர் கவிதைத் திருவிழாவில் நடைபெற்றக் கவிதைப் போட்டியில் "மறுமலர்ச்சி" என்ற கருவில் எழுதிய கவிதைக்குத் தகுதிப் பரிசு கிடைத்திருக்கிறது. சிங்கப்பூர் தேசிய கலைகள் மன்றம் நடத்தும் போட்டியில் தங்கமுனை விருது 2023 ஆம் ஆண்டு (இரண்டாம் பரிசு) தனது கவிதைகளுக்காகவும், அதே ஆண்டு 2023 (இரண்டாம் பரிசு) தனது சிறுகதைக்காகவும் பெற்றவர்.

இவரது கவிதைகள் சிங்கப்பூர், மலேசியா மற்றும் தமிழகத்தில் வெளியாகும் பல்வேறு இதழ்களில் வெளிவந்துள்ளன. இது இவரது முதல் கவிதைத் தொகுப்பு.

தொடர்புக்கு:
mohanapriyawrites@gmail.com

ஓவியர் மணிவண்ணன்

தமிழின் தனித்துவ ஓவியர்களுள் ஒருவரான மணிவண்ணனின் ஓவியப் படைப்புகள் புரிதலிலிருந்து புரியாததற்குள் பயணிக்கக்கூடியவை. மணிவண்ணன் வரையும் ஓவியங்கள் தமிழின் முக்கிய இளந்தலைமுறை கவிஞர்கள், எழுத்தாளர்களின் புத்தகங்களுக்கு முகப்பட்டைகளாக வெளிவருகின்றன. க்ரியா, காலச்சுவடு உள்ளிட்ட தமிழின் நிறைய பதிப்பகங்களுக்கு முகப்போவிய வடிவமைப்புப் பணிகளைச் செய்து வருகிறார். இவரது ஓவியங்களை ஏந்திய புத்தக அட்டைப்படங்கள் சால்ட் பதிப்பகத்தின் வளர்ச்சிக்கு மிக முக்கியப் பங்காற்றுகின்றன. தற்சமயம், சென்னை அரசு கவின் கலைக் கல்லூரியில் பேராசிரியராகப் பணியாற்றி வருகிறார்.

~ முகப்பு அட்டை வடிவமைப்பு

கோவில்பட்டியைச் சொந்த ஊராகக் கொண்ட மணிகண்டன் இருபது வருடங்களுக்கு மேலாக அச்சுத்துறையில் இயங்கி வருகிறார். Ramani print solutions என்கிற அச்சுக்கூடத்தின் உரிமையாளரும் ஆவார். கடந்த ஆறு ஆண்டுகளாக நூல்வனம் மற்றும் வானம் ஆகிய பதிப்பகங்களை நடத்தி வரும் மணிகண்டன் அழகிய, தரமான வடிவமைப்பில் நூல்களைச் செம்மைப்படுத்தி வாசகர்களின் கவனத்தில் மிக முக்கிய பதிப்பாளராக விளங்கி வருகிறார். சால்ட் பதிப்பக நூல்கள் மணிகண்டன் அவர்களின் Ramani print solutions அச்சுக்கூடத்தில் அச்சிடப்படுகின்றன.

~ அச்சாக்க வல்லுநர்

மணிகண்டன்
அச்சுக் கலைஞர்

M Creative

பதினைந்து வருடங்களுக்கு மேலாகத் தமிழில் புத்தகங்கள், முக்கிய இதழ்களின் வடிவமைப்புப் பணிகளில் M Creative மிகச் சிறப்புடனும், அழகியலுடனும் வடிவமைப்பு செய்து வருகிறது. சால்ட் பதிப்பகத்தின் தொடக்க காலத்திலிருந்து அனைத்துப் புத்தகங்களுக்கும் வடிவமைப்புகளை மிக நேர்த்தியாகச் செய்துவருகிறது.

~ புத்தக வடிவமைப்பு

என்னுரை

இலக்கிய வாசிப்பே என்னைப் புதிதாய் உருக்கொள்ளச் செய்தது. கவிதை அங்கிருந்தே தொடங்கியது. இன்றும் என்னால் கவிதையை முற்றிலும் அறிந்துகொள்ள இயலுமாவெனத் தெரியவில்லை. அது சுடரைப் போல எனக்குள் எரிகிறது. அச்சுடரின் புற அலைவுகளைக் கடந்து அகமாய்க் கனலும் ஒன்றையே நான் கவிதையெனத் தியானிக்கிறேன். அக்கனலின் அணுவளவே நான் அறிந்து கொண்டது. கவிதைகள் என்னைச் சுற்றி மின்மினிகளின் ஒளியாய் நிறைகின்றன. அந்த ஏகாந்தத்தில் நான் குளிர் காய்கிறேன்.

சிங்கப்பூர் வாழ்வு எனக்கு இன்னும் பல திறப்புகளைத் தந்தது. வாழ்வு உந்தித் தள்ளிய தருணங்களைத் தனித்து எழுதிக் கொண்டிருந்த என்னை, வாசிப்பும், உரையாடலும் பிரவாகமெடுக்கும் ஒரு பெரும் நதியில் இணைத்துக் கொண்டது. புதியதோர் உலகம் எனக்குள் விரியத் தொடங்கியது.

நவீனக் கவிதைகள் குறித்தான வெளியைத் திறந்து, என்னைச் சக கவிஞர்களில் ஒருவராக இவ்வளவு தூரம் அழைத்து வந்த நண்பர் தாயுமானவன் மதிக்குமாருக்கு என் நெஞ்சார்ந்த நன்றி.

கனவுகளோடு களித்திருந்த கல்லூரிக் காலத்தில் பெருவெடிப்பின் ஒரு பொறியாகவே கிளர்ந்து எழுந்தது முதல் கவிதை. அன்றிலிருந்து என் எழுத்துகளைத் தன் தோள்களில் ஏந்திக்கொண்ட அண்ணன்களையும், அக்காள்களையும் இத்தருணத்தில் நினைத்துக் கொள்கிறேன்.

திருமணமான பின்பும் என்னைச் சுமந்து அலையும் அப்பாவிற்கு இந்தப் பயணத்தில் பெரும் பங்குண்டு. பள்ளியில் படிக்கும்போதே கலைகள் மீதிருந்த ஆர்வத்தை எனக்குள் தூண்டி என்னை மேடையேற்றிய ஓவிய ஆசிரியர் மருதூர் திரு. கே. கோடீஸ்வரன் அவர்களையும் இந்த நேரத்தில் பணிவோடு நினைத்துக்கொள்கிறேன்.

நான் மனிதர்களை அணுகும் முறையைச் செம்மைப்படுத்தவும், ஆங்கிலத்தில் பேச எனக்கிருந்த மனத்தடையை உடைத்தெறியவும் கூடுதலாய் உழைத்த குடும்ப நண்பர், ஆங்கில ஆசிரியர் திரு. ஆரப்பன் அவர்களுக்கு இந்த நூலைச் சமர்ப்பிப்பதில் பெரும் உவகை கொள்கிறேன்.

இலக்கிய உலகில் நான் வலம்வர, தன் காலத்தினையும், ஆற்றலையும் எனக்களித்து உடன் நிற்கும் கணவர் யோகானந்தையும் மகள் பூஜாவையும் மிகுந்த அன்புடன் நினைத்துக்கொள்கிறேன்.

வாசிப்பின் பெருவெளியில் நான் எதிர்பாராத கணத்தில் நிகழும் வாணவேடிக்கையே என் கவிதைகள். துயரிலிருந்து மீளும் வழியை அக்கவிதைகளே எனக்குச் சொல்லிக் கொடுத்தன. அதீதங்களிலிருந்து சமநிலைக்கு நகரும் உத்தியையும் அவையே எனக்கு வழங்குகின்றன. எனினும், இன்னொரு புறம் நிறைவின்மையின் பாதை நீண்டுகொண்டே செல்கிறது. நிறைவுறாத மனநிலையுடன் இருப்பினும், என் உள்ளிருந்து ஒலிக்கும் குறைந்தபட்ச சம்மதமாகவே ஞாபகப் பெருங்களிற்றை உங்கள் முன் சமர்ப்பிக்கிறேன்.

ஆழ்மனத்தில் உறை பனியென முயங்கிக் கொண்டிருக்கும் கணங்களையே எழுதுகிறேன். தீராத அக்குளிர் என்னை எப்போதும் வியாபித்திருக்கும் என்று நம்புகிறேன்.

- மோகனப்ரியா சந்திரசேகரன்

"மோகனப்ரியாவின் இக்கவிதைத் தொகுப்பில் உள்ள கவிதைகளான (அரூபங்களின் கண்ணாமூச்சி, நகர்வின் கனம், நினைவுத் துளிர்கள், யாமத்தில் கசியும் துக்கம்) ஆகிய கவிதைகள் ஆர்ட்ஸ் ஹவுஸ் லிமிட்டட் நிறுவனம் சிங்கப்பூர் புத்தக மன்றத்துடன் கூட்டிணைந்து ஏற்பாடு செய்த "தங்க முனை" விருது 2021 கவிதைப் பிரிவில் மூன்றாம் பரிசைப் பெற்றன."

வாழ்வின் மீச்சிறு அசைவுகள்

1. அரூபங்களின் கண்ணாமூச்சி — 19
2. நகர்வின் கனம் — 21
3. நினைவுத் துளிர்கள் — 23
4. யாமத்தில் கசியும் துக்கம் — 24
5. நிறைவு — 26
6. துயர மலை — 27
7. பெதும்பையின் மதுரம் — 28
8. அந்திவான் உறங்கும் இடம் — 29
9. உருமாற்றம் — 30
10. யாவுமானவள் — 31
11. ஆனந்தக் காத்திருப்பு — 32
12. விளையாட்டு — 33
13. கனவுகளின் கருணை — 34
14. குழந்தைமை — 35
15. விழி தேடும் வெளி — 37
16. தத்துவத்தை வெளியேற்றுதல் — 39

அலை புரளும் காலம்

17. வாழ்தலின் சூழ் — 42
18. இளவரசன் — 43
19. நடக்கும் கூடுகள் — 44
20. நகர்வின் வலி — 45
21. நகரத்தின் மாலைப்பொழுது — 47

22. இருளின் அச்சமூட்டும் அருகாமை	49
23. பயணம்	51
24. சிலந்தி நகர்த்தும் காலம்	53
25. ஊசி முளைக்கும் காலம்	54
26. அலை புரளும் தேவதை	55
27. வேடம் தரித்த வீதி	57
28. சுவடுகளற்ற அலைகள்	59
29. இலவு காக்க மறந்த காலம்	61
30. வாழ்தல் நிமித்தம்	63
31. விடைபெறும் பெதும்பை	65
32. முன்பிருந்த கணத்தின் மலர்ச்சி	67
33. கடலுக்குள் புரளும் கால நிலம்	69
34. மனவிழியில் மையிட்டவள்	72
35. கொள்ளி	74
36. பகலொன்றில் துறவியான சம்பவம்	76
37. ஃபாத்திமாக்களின் நெடுந்துயரம்	78

நினைவின் பிளிறல்

38. மதுரம்	81
39. நமக்குள்	82
40. கனியிடை	83
41. மேய்ச்சல் மறந்த கிடாய்	54
42. கானல் வெளி	85
43. சலனம்	86
44. மயக்கம்	87
45. கனவு	88
46. காத்திருப்பு	89
47. அழைப்பு	90
48. பச்சைப் புள்ளிகள்	91

49. அதிரும் சொற்கள்	92
50. இக்கணம்	93
51. கோடைகாலப் பாடல்	95
52. நீயில்லா வானம்	97
53. போதும்	99
53. காதற் கடும்புனல்	100
54. சிறுகோட்டுப் பெரும்பழம்	102
55. இடந்தலைப்பாடு	104
56. கூத்து	106
57. அமோகத்தின் சொற்கள்	107
58. மண ஊஞ்சல்	108
59. விடுவித்தல்	110
60. வேண்டுதல்	112
61. வேறு நிலம் வேறு கடல்	113
62. காதலர் தினம்	115

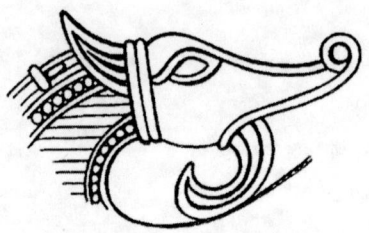

வாழ்வின் மீச்சிறு அசைவுகள்

1. அரூபங்களின் கண்ணாமூச்சி

கருப்பு பேரீச்சம்பழங்கள்
அத்தனை பகல்களின் ஒளியையும்
தன்னுள் ஒளித்துக்கொண்டன.

அடர்கனவின் உள்ளே
தினம் ஒரு வடிவில்
கண்ணாமூச்சியாடின.

எட்டாத உயரங்களில் பறந்தும்
பயணிகளற்ற சாலையில் ஓடியும்
பல கால்வாய்களின் நீரில் நீந்தியும்
கடலலைகளைக் காண விரைந்தன.

தரைத்தளத்து வீட்டினுள்
மூன்றாம் சாமத்தின் கனவில்
பேரீச்சம்பழங்கள் இம்முறை
எவ்வடிவில் வருமெனக்
கண் மூடிக் காத்திருக்கிறாள்
ஐந்து வயது சிறுமி.

அரேபியக் குதிரைகளில் வரும்
வீரர்களைப் போல்
எட்டாத உயரத்தில்
பல்பொருள் அங்காடியின் ஓர் ஓரத்தில்
நெகிழிப்பெட்டிக்குள்
கள்ளமின்றி
உறங்கிக்கொண்டிருந்தன
வழக்கம் போல்.

2. நகர்வின் கனம்

தூவும் மழையில்
தன் இறகுகள் பெருக்கி
வெள்ள வாய்க்கால்
தடுப்புக் கம்பியில் அமர்ந்திருந்தது
ஒற்றை மைனா.

கொஞ்சம் விழிகளுக்குக்
கருணை வேண்டி
ஒரு எட்டு நெருங்கினேன்.

என் மீது
பழைய பாவங்களையெல்லாம் நிரப்பி
இப்புறக் கம்பியிலிருந்து
வாய்க்காலின் அப்புறக்கம்பிக்குப்
பறந்துவிட்டது.

என் மீச்சிறு அசைவின்
பெருங்குற்றத்தை
மன்னிக்க மறுத்த இதயத்தைக்
கைகளில் ஏந்தி
ஒற்றை நொடி
அதன் முன் நீட்டினேன்.

அக்கணம் இன்னும்
உள்ளங்கைகளில்
கனத்துக்கொண்டே இருக்கிறது.
..

3. நினைவுத் துளிர்கள்

நிழற்படத்தில் மலர்ந்திருந்தன
யுகயுகங்களுக்கான
பழுத்த இரு தருக்கள்.
இன்றைய
விருட்சங்களும்
விழுதுகளும்
கொடிகளும்
செடிகளும்
புற்களும் கூட
நகைத்தபடியே அருகிருந்தன.
காணாத கண்ணிமைகளில்
நரைகூடியிருந்தது ஒன்றிற்கெனில்
கன்னங்களில் துயரத்தை
ஒதுக்கி பற்களிடையே
மறைத்திருந்தது
மற்றொன்று.
மீண்டும் மீண்டும்
ஓராயிரம் முறை எம்பியெம்பிக்
குதித்துப் பார்க்கிறேன்.
அவ்விரு தருக்களின் பின்னால்
தூரதேசத்தில் இருக்கும்
என் முகம் தெரியவேயில்லை.

∙ ∙

4. யாமத்தில் கசியும் துக்கம்

புத்தி பேதலித்த
தாய்ப்பூனை போல
உறங்காது தவித்து
இரவுகளை
விழுங்கத் துவங்குகிறேன்.

கவளம் மாறாமல்
வந்து நனைக்கிறது
ஒரு நதி.

சாளரத்தின் வெளியே
வெளிர் மஞ்சள் ஒளியில்
இலைகளும் காற்றும்
கண்கள் கூசக்கூச
முணுமுணுத்தபடி
உறங்குகின்றன.

எனை ஏந்த
அம்மாவின் தண்மடியென
உருக்கொள்ளும்
ஈரமான தலையணை.

தினம் ஒரே சுவரில்
கால் நகங்களைக் கீறிக்கொண்டே
சீறுகிறது
கடுவன் பூனை.

சுவர் முழுக்க
மொழிபெயர்க்கத்தக்கச்
சின்னஞ்சிறு கவிதைகள்.

நான்
அதில் ஒன்றை
மொழிபெயர்க்கத் துவங்குகிறேன்.

என் உடலிலிருந்து
கசியத் துவங்குகிறது
சிவப்பு நிறத்தில்
ஒரு துக்கம்.

5. நிறைவு

மரக்கிளையில்
தலைகீழாய்த் தொங்கி
பழத்தை நிதானமாய் தின்றுகொண்டிருந்தது
ஒரு அணில் குட்டி.
மிகச் சரியாய் அதற்குக் கீழிருந்து
அன்னார்ந்து பார்க்கிறேன்.
அதிமதுரத் தருணத்தில்
இடையூறாக என்ன இது என
ஒரு கணம் திகைத்த அது
உண்பதை நிறுத்தி உற்றுப்பார்த்தது.
நான் நகும் நொடியில்
சற்று மேலேறி மீண்டும் கொறிக்க ஆரம்பித்துவிட்டது.
ஆரமுதே! நீ உண்ட அத்தனையும்
இவ்வயிற்றையும் நிறைப்பதை அறிவாயா?

∴

6. துயர மலை

துயரங்களின் மலைகளைச் சுமந்தபடி
சோர்ந்த கண்களோடு
நடந்து கொண்டிருந்தேன்.

எதிரே காற்றில் தன்
பிஞ்சுக் கைகள் நீட்டி
இல்லாத அம்பை
என் மீது பாய்ச்சி நகர்கிறான்
ஒரு பொடியன்.

அந்த நொடியில்
நேரே இதயத்தைக் கிழிக்கும்
சிரிப்பு அம்புகளைச்
சுமந்து சரிகின்றன
என் அத்தனை
துக்க மலைகளும்.

● ●

7. பெதும்பையின் மதுரம்

புதிதாக வாங்கி வந்த காற்சட்டைகளைப்
பையிலிருந்து எடுத்து
தனக்குத்தானே
அளவு வைத்துப் பார்க்கிறாள்.
மல்லாக்கக்கிடத்திப்
புரட்டிப் புரட்டி
மெத்தை முழுக்க
படர விடுகிறாள்.
மீண்டும் மீண்டும்
ஓராயிரம் நொடிகளுக்கு
அதுவே நடக்கிறது.
பாரிய தாய்மையில்
இறுதியாய் மடித்து
நெஞ்சினில் அணைத்து
அலமாரியில் வைக்கிறாள்.
அவள் விழிகளில் அதுவரை
இருந்த மதுரத்தைக்
கொஞ்சம் அலமாரியும்
கொஞ்சம் மெத்தையும்
கொஞ்சம் நானும்
மடியேந்திக் கொண்டோம்.

..

8. அந்திவான் உறங்கும் இடம்

மழைப்பூ ஒவ்வொன்றாய்
உதிர்ந்துக் கொண்டிருந்தது.
மரகத மஞ்சள் இறகு
சின்னஞ்சிறு இலையில்
உடல் ஒடுங்கி அமர்ந்திருந்தது.
அவ்வளவுதான்
அந்தியின் மொத்தமும் அதில்
உறங்கத் துவங்கிவிட்டது
அக்குத்துச்செடியின் உலகம் கடைசியாய்
சிலிர்த்தபோது
தன் உடலை இலையாக்கி
அதில்
மோனத்தவம் புரியத் துவங்கியது
அம்மஞ்சள் பட்டாம்பூச்சி.

••

9. உருமாற்றம்

சாப்பாட்டு மேசையில்
கை தவறவிட்ட குவளையிலிருந்து
குளமொன்று உருவானது.
நடந்து நடந்து மேசையிறுதிக்குச் சென்று
வீழத் தயாராகிய
குளம்
மெல்ல மெல்ல
அருவியாவதை
அப்பொழுதுதான் பார்க்கின்றன
மேசை மீதிருந்த எல்லாமும்.
. .

10. யாவுமானவள்

உன் அப்பாவை நினைக்கிறேன்
என்கிறேன்.

தூங்கி எழுந்தால் காலையில்
வந்துவிடுவாரெனக்
கன்னம் வருடிச் சமாதானம்
செய்கிறாள்.

நான் அவளாகித்
தோள் சாய்ந்து உறங்குகிறேன்

அவள் நானாகியிருந்தாள்
அப்போது.

..

11. ஆனந்தக் காத்திருப்பு

'டெஹெலியா வருகிறது!
டெஹெலியா வருகிறது!'
என்று முற்றத்திலிருந்து ஓடி வந்தாள் சிறுமி.
வண்ணங்களைப் பிட்டு ஒட்டி
வைத்த கூடைப்பூக்கள் இதழ் விரித்துக்
கண் சிமிட்டின.
அனைவருக்கும் முன் சென்று
கை பற்றும்
அந்தப் பேரழகு மலர் எது என்ற ஆவலில்
கூடையினையே எட்டிப் பார்த்திருந்தது
ஓடி வந்த சிறுமியுடனே
இடுப்பில் அமர்ந்திருந்த
பொம்மையின் நிழல்.

• •

12. விளையாட்டு

ஒரே ஒரு துண்டு
அதற்காக
கைகள் பொத்தி
சிறுமி முன் நீட்டினேன்
நடுக்கடலில் துள்ளும்
அதிசய மீனென
விரல்களைத் திறக்கின்றாள்.
கடும் பாறைகள் மறைத்துக்கொண்ட
உள்ளினை
மொத்தமாய்த் திறக்கையில்
மலரினும் மெல்லிய அத்துண்டை
அவள் இதழ்களில் பூக்கச் செய்துவிட்டு
மறைந்துவிட்டிருந்தது.
எங்கும் தேடியும் கிட்டிடாத
ஆகச்சிறந்த ஒன்றை இப்போது
என் உள்ளங்கை பெற்றிருந்தது.

• •

13. கனவுகளின் கருணை

உடைந்திடும் பொருண்மையோடு
திசையெங்கும் சில நிகழ்வுகள்.

மறையும் மின்னல் பொழுதில்
கண் இமைகளில்
குறும் புன்னகை மலர்த்துகிறது
விரையும் சாலையில்
தாய் சுமக்கும் சிசு.
அதன் அதரம்
சுவைக்கும் விரலெடுக்க
ஒரேயொரு துளி
அந்தரத்தில் வீழ்கிறது.

அலைக்கழிக்கும் இவ்வாழ்வின்
ஒட்டுமொத்த மகிழ்வும்
இம்மை மறுமைகளுக்கு
இடைப்பட்ட கனவின்
பெருங்கருணையெனப் பூமிக்குத்
தந்துவிட்டிருந்தது
அத்துளி கிளர்த்தும்
ஆதுரம்.

14. குழந்தைமை

ஏகாந்தத்தின் உள்ளிருந்து
ஒரு சிறுமி
குமிழிகள் விட்டுக்கொண்டிருந்தாள்.

அத்தனை குமிழிகளையும்
என்புறம் திசைதிருப்பாதக்
காற்றைச் சபித்தபடி
அவள் தனிமை கலைக்காத தொலைவில்
பின்னே அமர்ந்திருந்தேன்.

கரங்களை இறக்கிக்
காற்றுக்கு ஓய்வு கொடுத்தபின் அவள்
சிறு படிகளின் முதுகில்
இறங்கியும் ஏறியும்
குதித்துக் குதித்துக்
கிச்சு கிச்சு மூட்டிக்கொண்டிருந்தாள்.

மகிழ்வை அவள் உதட்டில்
படரவிட்ட படிகள்
என்னுள்ளும் படியத் துவங்க
நானும் அதில்
எம்பியெம்பிக் குதித்துக்
கலகலப்பாக்கிக் கொண்டிருந்தேன்.

குமிழிகள் நிறைந்த வானில்
இரவெல்லாம் படிகள்
சிரித்துக்கொண்டேயிருந்தன.
••

15. விழி தேடும் வெளி

கோலிக் குண்டுகளினுள்
சூழ்ந்திருக்கும் செடிகளுக்கு
யார் தண்ணீர் ஊற்றுகிறார்களென
மழலையின் மொழியில்
கேட்கத் துவங்குகிறது
குழித்தட்டில் கோலி விளையாடும் விரல்கள்.
தன் முன்னிருக்கும் குழிக்குள் துழாவும்
காற்றுக்கும் கேட்காது
உரையாட ஆரம்பிக்கிறது
எதிரிருக்கும் பெருவிரல்.
யாதொரு முடிவுகளுமற்ற
உரையாடலைக் கேட்க
ஓடி வந்து அமர்ந்து கொண்டது
வரவேற்பறையில் அதுவரை
உறங்கிக் கொண்டிருந்த
பூனைக்குட்டி.
நீண்ட மௌனத்தினைக் கலைத்த
பெருவிரலுக்கும் ஆள்காட்டி விரலுக்கும்
இடையே அகப்பட்ட
நீலம் பாரித்த
விழிகளை உற்று நோக்கியது
கோலிக்குண்டுக் கண் வழியே அப்பூனை.

சாளரத்தின் வன்காற்று அடித்து மூடிய கதவின்
கடைசிக் கணத்தில்
நுழைந்து உருண்டு கொண்டிருந்தது
ஒரு அரூப விரல் மொக்கு.
விளையாடும் வட்டங்களைக்
கடந்த குண்டு,
தாவிச் சென்று அவ்விரலைத்
தழுவிக் கொண்டது.
வீட்டின் கதவருகில் உருண்டு
வெளியேறும் எண்ணத்தைத்
தூக்கி விழுங்கி
இப்போது மலங்க மலங்க
விழிக்கத் துவங்கியிருந்ததுக்
குண்டு குதப்பும் பூனை.

16. தத்துவத்தை வெளியேற்றுதல்

உனக்குப் பிடிக்காத தத்துவத்தைக்
கதவருகே அமர வைத்தேன்.
வீடுதோறும் ஓராயிரம் தத்துவங்கள்
அவ்வண்ணம் அமர்ந்திருந்தன.
உடன் அமர்ந்த என்னை
உற்று நோக்கிக் குறும்புடன்
நகைக்கிறது அதில் ஒன்று.
நினைவுகளில் படிந்த தத்துவ உரையாடல்கள்
மெல்ல வெளிறிக்கொண்டிருந்தன.
படபடக்கும் மனதுடன் அருகிருந்த தத்துவமொன்று
என் கைகளைப் பற்றிக்கொண்டது.
மெல்லக் கரைந்து கொண்டிருக்கும் அதன் இருப்பை
நான் தடுக்க இயலுமென உறுதியாக அது
நினைத்திருக்கக்கூடும்.
பலவீனமான பிடிமானத்தில் அது இன்னும்
இன்மைக்குள் நுழைந்து கொண்டிருந்தது.
உள்ளே அழைத்து ஒரு வாய் தண்ணீர் கொடுத்திருக்கலாம்.
நீ என்னை முறைத்துக்கொண்டே அமர்ந்திருப்பதை
என் முதுகு உணர்ந்திருந்தது.

அது தயக்கத்தை ஏற்படுத்தியிருக்கலாம்.
தத்துவத்தின் விரல்களைப் பிடித்து நான்
தெருமுனைக்கு அழைத்துச் சென்றேன்.
தன்னைப் போலவே
பல நூறு தத்துவங்கள்
பலூன் ஊதி விளையாடிக் கொண்டிருப்பதைக் கண்டு
இப்போது சமாதானம் அடைந்திருக்கலாம்.
எனக்கும் சற்று ஆறுதலாக இருந்தது.

• •

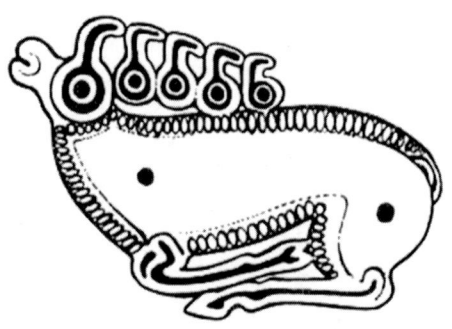

அலை புரளும்
காலம்

17. வாழ்தலின் சூழ்

வான் பயணங்கள் தடுக்கப்பட்ட
ஓர் இலையுதிர் காலம்.
வெக்கை சூழும் புழுக்கத்தில்
நிரம்பித் தகிக்கும் நினைவுச்சுடரில்
மினுக்கும் தூரத்து வீட்டிற்கு
அம்மாவின் சாயல்.
அவ்வப்போது சிறுமழலையாகி
நீர் திரளும் கருவிழிகள்.
வனநகையூறும் பிம்பமென
அடுக்குச் செம்பருத்திப் பூ
அப்படியே தாய் வீட்டைப்
பெயர்த்தெடுத்துவந்து
நொடிப்பொழுதில்
பால்யத்திற்குள் என்னை
வீழ்த்திக் கொண்டிருந்தது.

••

18. இளவரசன்

ஐந்தாவது தளத்தின்
வான் நோக்கும் உச்சியில்
இளங்கரங்களில் மழையைப் பிடித்து விளையாடும்
உன் வனப்பை உற்று நோக்குவார் இல்லை.
அதனால் என்ன,
நான் இருக்கிறேன்.
உன்னைப்போலன்றி
மழைக்குத் தப்பித்து ஓரங்கட்டி
மரமாய் நின்று உனை ரசிக்கும் என்னை
குட்டியூண்டு மழைத்துளிகளினூடே
என்ன செய்துவிடப் பார்க்கிறாய்
என் இளம்பனை இளவரசனே?

• •

19. நடக்கும் கூடுகள்

மடி சாய்ந்துறங்கும் மகளினை
மரத்தடியில் கிடத்தி
இரயில் சக்கரங்களுக்கு உயிர்கொடுத்து
மேல்நோக்கிப் பறக்கிறாள் பரதேவதை.
கூட்டினிடையே சுருண்டிருக்கும்
மரவட்டைக் கால்களின் அசைவென
நெளிகிறது ஒரு
பறவைக்குஞ்சின் பசி.
பவளப்பாறைகள் ஏகும் குதிரை மீன்களின்
மேல் கீழ் நீந்தலென
ரயில் கடக்கும் தண்டவாளத்தின்
அதிர்வுகள் குஞ்சுகளின் கால்களையும்
பற்றிக்கொண்டிருக்கின்றன.
முழங்கால்கள் வழி
பாதங்கள் கதறும் சத்தம்
பசியடைத்த காதுகளுக்கு
எட்டும் முன் கண்களுக்கு
எப்படியோ சென்றுவிடுகின்றன.
நீங்கள் கூடு விட்டு வரும் காலங்களில்
சாலையில் நிரம்பியிருக்கலாம்
நைந்த உடல்களின்
எஞ்சிய கனவுக்கூடுகளும்
எம் கண்ணீரின் உப்புக் குவியல்களும்.

20. நகர்வின் வலி

நகர்வலமென வந்தமரும்
மைனாவின் சோடியொன்று
அவன் வெட்டிக் கொண்டிருக்கும்
புல்வெட்டு ஆயுதத்தில் மிரள்வது
திடீரென தளமுடைக்கையில் கேட்டு நடுங்கும்
ஒரு முதியவரின் நடுக்கத்தை ஒத்திருந்தது.
கட்டிடக் கீழ்த்தளத்தில்
உலாவிக் கொண்டிருந்த
எலி மறந்த பூனையின் கண்கள்
ஊர்ப் பெயர்த் தெரிந்தும்
அதன் சாலைகளை மறந்த ஒரு
கடைநிலை ஊழியனின்
கண்களின் ஏக்கத்தை ஒத்திருந்தது.
காய் வண்டி தள்ளிக் கொண்டு
அங்காடியில் அடுக்கக் கடத்தும்
இளைஞனின் கவலை தோய்ந்த முகம்
கை நீட்டி ஒரு வெள்ளி கேட்டு
காப்பி குடிக்கும் முதியவரின்
துயர் முகம் ஒத்திருந்தது.

இவையெதையும் அறியாமல்
ஒரே பி.எம்.டியில் மூன்று இளையர்கள்
மின்னலின் வேகத்தில் கடந்து
அதிர வைத்துக் கொண்டே இருக்கிறார்கள்
சுனாமி வரக் காத்திருக்கும் கடலினை
ஒத்த சாலை கலங்குகிறது
அடிவயிற்றின் பயத்தோடு.
••

21. நகரத்தின் மாலைப்பொழுது

மாலை வெயிலில்
விளையாட்டுப் பிள்ளைகளின்
விரல்களின் வழியே
விடைபெற்று அடங்குகிறது
ஒரு கொட்டாவிச் சோம்பல்.
தார்ச் சாலைச் சீரமைப்பின்
மஞ்சள் தொப்பிகளில்
ஒளிந்து கசகசக்கிறது அவர்களின்
தனித்துவிடப்பட்ட நகரத்து
வெம்மை நினைவுகள்
சாலை கடக்கும்
பாலத்தின் படிகளில்
கடவுளின் நாமத்தில்
மூட்டு வலியை மறக்கும்
மூத்தவரின் முணுமுணுப்புகளில்
விழித்து அசைகின்றன
காகிதப் பூக்கள்.

ஆசுவாசங்களைத் தேடும்
தார்ச்சாலையும் பாலமும்
நடுநிசியில் ஒன்றையொன்று
விசாரித்துக் கொள்ளப்
புரண்டு படுக்கிறது
'மியாவ்' சொல்ல மறந்த
பூனை.
..

22. இருளின் அச்சமூட்டும் அருகாமை

எவ்விதப் பயமுமற்று மின்தூக்கியினுள்
செல்லமுடிவதில்லைதான்.
பொத்தான்களைத் தொடும் நொடியில்
உடலில் செம்மஞ்சள் நுண்ணெதிரிகள் படரும்
அதீத காட்சிகளை மனம் ஓடவிடுகின்றது.
படிகளைப் பயன்படுத்தும்
இக்கட்டான காலகட்டத்தில்
இதயத்துக்கு நல்லதென ஆறுதல் உரைக்கிறது
உள்ளிருக்கும் குரல்.
யாரேனும் கமறினால்
இரும்புப்பொடி சூழ் காகிதத்தினடியில்
காந்தத் துண்டினால்
வெடவெடத்து நிற்கும்
கருப்புத் துகள்களென மனிதத் தலைகள்
விலகி நின்று அசூயையைப் பரப்புகின்றனர்.

மூன்று நாய்களைக் கொண்டிருக்கும்
தளத்தில் குடியிருப்பதென்பதும் அதில்
ஒரு வீட்டின் இரு அழுக்குக் கருநாய்கள்
குளித்து மாதங்களிருக்குமென்பதும்
கொரானாவுக்குத் தெரியாமல்
இருந்தால் நலமென
ஒவ்வொரு இருளிலும்
வேண்டிக் கொண்டிருக்கிறாள்
எழுபதுகளைத் தொடும்
எதிர்வீட்டு முதியவளொருத்தி.

..

23. பயணம்

எதிரமர்ந்த சீனத் தாத்தாவின்
கபாலத்தின் பச்சைக்கிளை பற்றிப்
பத்திரமாக அமர்ந்திருந்தோம்.
இதோ உங்கள் பேத்தி
இதோ உங்கள் கொள்ளுப்பேத்தியென
அறிமுகங்கள் முகமூடிகளே
செய்து கொண்டன.
காதருகே பூத்த தும்பைப்பூ வடிவ
முகக்கவசத்தினை இறக்கி
மூக்கினாலும் உற்று நோக்கினார்.
நெகிழிப்பையினுள் வைத்திருந்த
ரொட்டிகள் மெதுவாக ஆட
அவர் கைகளின் சுருக்கங்களை
எண்ணிக்கொண்டோம்.
நிறுத்தம் வந்த நொடியில்
நெகிழிக்குள் குதித்த எங்களை விடுத்து
இருவரும் இறங்கிக்கொண்டோம்.

உயிரோடு வந்த குமாரசாமித் தாத்தா
மகாயுகங்கள் கடந்து
வேறொரு நினைவு வெளிக்குப்
பேருந்தில் எங்களையும்
சுமந்து செல்ல
எங்களின் அற்புதக் காலம்
கவிதையில்
சிறைப்பட்டுக்கொண்டது.

24. சிலந்தி நகர்த்தும் காலம்

கரங்களை விரித்துக் கெண்டைக்காலுக்குள்
ஏறிக்கொண்டிருக்கும் சிலந்தி நரம்புகளில்
ஊடுருவிக்கொண்டிருக்கிறது
கல்பகாலத்திலிருந்து மீட்டப்படும் இசை.
சுவரில் மாட்டிய ஓவியத்துள் மானொன்று சதா
கேட்டுக்கொண்டே இருக்கிறது
கரும்பறவையின் துயரமிகு குரலை.
மருத்துவர் சிலந்தியின் இடுக்குகளை
ஒவ்வொன்றாய் ஆய்கையில்
ஒரு துளி காலத்தையே திறக்கிறார்.
கால் நரம்பின் ஒவ்வொரு புடைப்பிலிருந்தும்
உருண்டோடுகிறது
போரும் அமைதியும்.
அங்கே நிகழ்ந்து கொண்டிருக்கும்
எல்லா துயரங்களையும்
தொடர்ந்து பாடிக்கொண்டே இருக்கிறது
அப்பறவை.
சிலந்தி ஊர்ந்து கீழிறங்கி
வெளியேற வேண்டிப்
பாதி மூடிய கண்களுடன் தவம் புரிகிறது
ஓவியத்தின் மான்.

..

25. ஊசி முளைக்கும் காலம்

காய்ச்சலுக்குள் கிடக்கிறது
ஒருபாதி உடல்.
மறுபாதி உடலைக் கொண்டு
என் சிறிய உலகத்தில் ஓடிக்கொண்டிருக்கிறேன்.
காய்ச்சல் கரத்தில்
கிளை விரிக்கிறது
தடுப்பு மருந்துகளின் வலி.
மறுபாதிக்கு
மெல்ல எட்டித்தாவும் ஊசியிலைகளை
ஒரு சிலிர்ப்பில்
உதிர்க்கப் பழகுகிறது
உடல்.
காகத்தின் கரைதலில்
உலரத்துவங்கும் உதடுகளில்
முணுமுணுக்கப்படுகிறது
கபாலச்சூட்டின் சொற்கள்.
அதைக் கவிதையாக்கி
எழுதத்துவங்குகையில்
இவ்வுலகத்தின் ஒருபாதி
இருளினைச் சுமந்து
மெல்லச் சுழன்றுகொண்டிருக்கிறது
தன்னந்தனி அறையின்
மேற்கூரை மின்விசிறி.

26. அலை புரளும் தேவதை

அலையடித்து விளையாடும்
பாறையின் உப்பரிப்பில்
நுழைந்து நழுவுகிறது ஒரு
குட்டி நண்டு.
சிவப்புக் கொடுக்குகளில்
சிக்குண்ட நுரையினை
பிடித்தும் விடுத்தும்
விளையாடி மகிழ்வது
நிலாவைப் பிடித்து
கைக்குள் வைத்திருப்பதாய்
சொல்லிக் காட்டும்
ராணியக்காவைப் போலவே இருந்தாலும்
அவள் புத்தி
சரியில்லையெனப் பேசிக் கொண்டார்கள்.

நன்றாகச் சிரித்துத் தானே பேசுகிறாள்
எப்படி இப்படியென ஆராய முற்படும்
சிறார் கூட்டமெல்லாம்
அவள் கொடுத்த நண்டுக்குட்டிகளை
அட்டைப்பெட்டிகளில் அடைத்து
நகர்ந்து கொண்டிருந்தனர் ஆளுக்கொரு திசையில்.
திக்குத் தெரியாமல்
வெகு நேரம் நின்ற ராணியக்கா
பின்பொரு நாள்
கரையோரம் பிணமாய் ஒதுங்கியபோது
புரிந்துவிட்டிருந்தது
யாருக்கெல்லாம் அவ்வூரில் பைத்தியமென.

••

27. வேடம் தரித்த வீதி

வீதியின் திருப்பமொன்றில்
மாப்பிள்ளைத் தொப்பியுடன்
ராஜராஜ சோழனைத்
தூக்கிக் கொண்டு போனவள்
செங்கோலினைத் தலைகுப்புறப்
பிடித்திருந்தாள்.
கொட்டாவி விட்டபடி
கையில் ஏட்டுடன்
வெள்ளைத்துண்டுச் சகிதமாய்
தனது முறுக்குத் தாடியைத்
தொட்டுப்பார்த்துப் படியிறங்கிடும் வள்ளுவரைக்
காவியுடை அணிந்த சாமியார்
கைபிடித்து இழுத்துக் கொண்டிருந்தார்.
காவித் தொப்பியில் விவேகானந்தரைத்
தட்டிக் கொடுத்துக் கொண்டே
வண்டியேற்றினார் தந்தையொருவர்.
வீட்டின் முற்றத்தினை நெருங்குகையில்
கழுத்திலிட்ட அரவம் காண
மின்னும் கைச்சூலத்துடன்
புலித்தோல் உடுத்திய சிவபெருமான்
நம்மை நோக்கிச் சிரித்து வைக்கிறார்
ஆதியோகியின் சிலையை எண்ணி.

அடுத்த சில மணி நேரங்களுக்கு
மாறுவேடங்களில் பேசிய
மழலைப் பேச்சுகளை
வீதியெங்கும் விட்டுவிட்டு ஒலிபரப்பிக்
கொண்டிருந்தது
சிறார் பள்ளி முன் வீற்றிருந்த
அந்த ஒற்றைப்
பவளமல்லி மரம்.

28. சுவடுகளற்ற அலைகள்

ஓய்ந்த மழையொன்றில்
துடுப்பின்றிக் கரை தேடும்
நடுக்கடல் தோணி மிதந்து மாயும்
நனைந்த மரமென
வீட்டினுள் நான்.
காலங்கள் கடந்த
தூர்வாராக் கிணற்றின்
கலங்கிய நீரெனப்
பாசி படர்ந்துப் பச்சை மணக்கிறது.
மந்தகாசமான மதியமொன்றில்
கனவில் நிகழ்ந்ததெனத்
தோற்றப்பிழையாகும்
இன்றைய உன்னுடனான
உரையாடல்.
முன்னொருதினம் நம்மில் விழுந்து
இறந்துவிட்ட பொழுதின்
கழுத்தில் யாரின் நகக்கீறலென
ஆராய்ச்சி செய்கிறது
நம்முள் இருக்கும்

அரிதாரமிட்ட நல்லவனின் மூளை.
விட்டுச்சென்ற இடத்தை விட்டு
பாதங்கள் பொத்தலாகும் வரை
நடந்த கதையைச்
சுவடுகளற்ற அலைகளென
நமது மௌனங்கள்
அப்போதும் உரையாடிக்
கொண்டிருக்கும்.

● ●

29. இலவு காக்க மறந்த காலம்

வருடமொரு முறை அப்பா
தான் பணியாற்றும்
நூற்பாலையைச் சுற்றிக்காட்டுவார்.
பொரிகடலை சகிதம் வண்ணக்காகிதங்களில்
அன்று பளபளக்கும் இயந்திரங்கள்
பொட்டிடப்பட்டுப் பூசையிடப்பட்டிருக்கும்.
அவற்றின்
நூல் நூற்கும் வேகத்தை
இயந்திரங்களின் காதுபடவே
பெருமிதம் கொள்வார்.
எட்டு மணி நேர அசுரச் சத்தங்களை
வீடுவரை கேட்கும்படி
உரக்கப்பேசிய அவரை
ஒரு நாள் ஆலை
தாமே தோற்றதாய்
தன்னியல்பு குலைந்து
பெருங்கதவுகளை மூடி மொத்தமாய்
வெளியேற்றியது.

அதன் பின்னும் அவ்வழி செல்லுவதை
வழக்கமாக்கிவிட்டிருந்தார்.
எங்களின் வாழ்க்கையைப் போலவே
கொஞ்சம் கொஞ்சமாக
சிதிலமுறும் ஆலைச்சுவர்களின்
பஞ்சடைத்த தலையினுள்
குருவிகளின் கூடுகள்
கலைக்கப்பட்ட கவலையில்
எனையும் அழைத்துச் சென்று
துயரின் கீதங்களை
அச்சுவர்களோடுப் பாடலானார்.
சாட்சிகளற்ற அப்பாடல்களை
நான் ஒருத்தியே கேட்டிருந்தேன்.

••

30. வாழ்தல் நிமித்தம்

நீர்க்காகங்கள்
தம்மோடு சின்னஞ்சிறிய
நீர்த்தடாகங்களையும் தூக்கிச்செல்கின்றன
பெயர்த்த சுவடுகள் அடிமடியில்
செம்புலப்பெயலென நிலமெல்லாம் தெரிகிறது.

நீர்க்காகங்கள் ஒருபோதும்
திரும்புவதில்லை
தான்
தொட்டு எடுத்த ஆதிச்சுனைக்கு.

பெயர்ந்த நீரோடைகள்
பார்க்கவே முடியாத நீரன்னைக்காக
ஒருபோதும் கலங்குவதில்லை

நீர்க்காகங்களிடமிருந்து
கரிய நீர்த்தடாகங்களின் கொஞ்சத்தை

தேவமேகங்கள் ஏந்திக்கொள்கின்றன
பொழிந்து வீழவும்
பாய்ந்து ஓடவும்
நிலம் நிச்சயம்.
அதுவரை
இந்த தனிமையின் தடாகத்திற்கு
அரவணைக்கும் அந்தரமேகம் உண்டு.
அது போதும்.
அது போதும்.
••

31. விடைபெறும் பெதும்பை

காலப்பருந்து நோட்டமிடத்
துவங்கிவிட்டது.
முன் எப்போதோ
கைபிடித்து நடந்தவள்
மெல்லத் தோள் சிலுப்பி நகர்கையில்
தனிமைக் குளத்தில்
நீந்திக் கிடந்தன எம்மிரு கண்கள்.
திரண்டு வளரும்
பருவத்தின் தானியத்தைக்
காத்துக்கிடக்கும்
வைக்கோல் பொம்மையிடம்
இளங்குருத்து பீறிட
மோதுகிறாய்.
மொட்டு மலரும் முன்னே
பதைபதைக்கும் அடிவேரெனப்
பிரளயத்தின் வாய்ப்புகளைக்
கணக்கிட்டுக்கொண்டே
இருக்கின்றன என் விரல்கள்.

இயற்கையின் செம்பருந்து
எந்நேரமும் உனைச் சூழும்.
முதிராத்தானியங்களைக் களவாடும்
கொடுங்காற்றினை அறியக்
காட்டில் திரிந்த குயில்களினை அவதானி.
ஒருவேளை என் குரலாகவும்
அது ஒலிக்கலாம்.
..

32. முன்பிருந்த கணத்தின் மலர்ச்சி

காலியான பாதை விரிந்து கிடக்கிறது
சுழிவும் நெளிவும் நிறைந்த காற்றின் ஓலம்
திசைகளை நிரப்புகிறது.
கடக்க நினைத்த காலங்களைச் சன்னலுக்குள்ளிருந்து
இரவு பகலாய் உற்று நோக்கும் உயிரிகள்
களைப்படைந்துவிட்டன.
கீழிருக்கும் கட்டிடங்களை, குன்றுகளை,
சலனமற்றுக் கிடக்கும் வெள்ள வாய்க்கால்களை,
அந்திக்குப்பின் வரும் நிலவும் நட்சத்திரங்களும்
கைகளை விரித்து விரித்து அணைத்துக்கொள்கின்றன.
காற்றில்லாத நுரையீரல்கள்
நெடிய சத்தமெழுப்பி அடங்கும்
வாதையுடன் அசைந்து நிற்கின்றன
மூத்த பெருமரங்கள்.
நடைபாதைகளில் சோர்வுடன் நடப்பவர் முன்,
தன் முதுகில் "என்னைப் பின்தொடர்"
என்ற கட்டளைப் பொறித்த உடையுடன்
முதிய கால்கள் வேகமாய் ஓடுகின்றன.
கவசமணிந்த நம்பிக்கைகள் அதன்பின்
நாட்டின் மூலைமுடுக்கெல்லாம் ஓடத் துவங்கின.

எல்லாவற்றிற்கும் முன்பிருந்த நொடி
மெல்ல உருக்கொண்டு மனங்களைத்
தொட்டு எழுப்புகிறது.
நேற்றின் ஏகாந்தப்பேச்சுகள் இன்றைக்குள்
நிரம்ப ஆரம்பிக்கிறது.

பின்பொரு நாள் மூச்சுவாங்க ஓடிக்கொண்டே
பழைய காலத்தின் நொடியினைச் சந்தித்தேன்.
எல்லாவற்றிற்கும் முன்பான நொடியென்ற பாவனையின்றி
கைகளை வேகமாகச் செலுத்தி
தன் சக்கரங்களைத் தானே தள்ளும்
ஊனமுற்ற முதியவரின்
திடமான புன்னகையில் அது அமைந்திருந்தது.
அப்போதிருந்து இந்த நகரம் ஆசிர்வதிக்கப்பட்ட புன்னகைகளால்
மலரத் துவங்கியதைக் கண்டேன்.
எல்லாவற்றிற்கும் துவக்கமும் முடிவும்
இருக்க வேண்டுமா என்ன?
எல்லையில்லாப் பெருவெளியில் மீண்டும் மீண்டும்
நித்திய காலத்திற்குள் புன்னகைத்துக்கொண்டிருக்கும் திடம்
எங்களுக்குள் குடிகொள்வதைக் கண்டேன்.

(National Poetry Festival Competition 2022 Merit Award Winning Poem)

..

33. கடலுக்குள் புரளும் கால நிலம்

நுண்ணிய "டாய் சீ" நடன அசைவுகளின் பேராற்றலில்
நிகழ்காலத்தை முதுகிலேற்றிக் கடந்த காலத்திற்குள் நுழைகிறது
ஒரு பறவை.

கூர்மத் தீவின் கடலாடிய கணங்கள்
காலக்கண்கள் ஏகும் கூரைகளினுள் கொதிக்கும் சம்பலில்
நிதம் மிழற்றப்படுகின்றன குமிழிகளாய் பல
மாய வரலாறுகள்.

சாளரத்தில் அமரும் பறவை நோக்கும்
மணல்வெளியின் வெம்மையில்
தூரத்தில் புலப்படுகிறாள் தன் தாத்தாவிடம்
தூண்டிலிடக் கற்கும் ஒரு சிறுமி.

அருகமர்ந்த பறவை
அவள் வைத்திருக்கும் புழுக்களின் குடுவையில்
ஒவ்வொன்றாகக் கொத்திக் காலத்தின் வாய் நிரப்ப.
உருண்டு பெருத்த காலம்
மஞ்சள் பறவையை ராசாளியாக்கி சிறுமியைக் கொத்தி
சிங்கப்பூர் மையம் சேர்க்கிறது.

விட்டு வந்த ஆமைத்தீவின் சுவடுகள்
மீட்பாரற்று ஆழிக்கரங்களில்
தாத்தாவின் நினைவுடன் அமிழ்ந்து கொண்டன.

சிறுமி இப்பொழுது
அலைமகளென வளர்ந்திருந்தாள்.

துண்டித்துக் கிடந்த இரு தீவுகளுக்குமான
அரூப இணைப்பென நீள் கடல் கயிற்றை
தன் பலங்கொண்ட மட்டும் இறுக்கிக் காக்கக்
குருதியோட்டமாய்ப் பாய்கின்றன விசைப்படகுகள்.

ஒவ்வொரு சீனப்புத்தாண்டிற்கும் காத்திருக்கும்
கோயிலின் ஊதுபத்திப்புகை
எஞ்சிய தொன்மையின் வாசத்தைத்
திசையெங்கும் மலர்த்துகிறது.

உறைந்த மௌனக்குன்றின் உச்சியில்
"மலாய் கிராமட்"-களின் கருணை பெறத்
தொழுகையோடு தன் விழுதுகளை விதைத்துத்
திரும்புகின்றனர் மரபு மறவாத மக்கள்.

தனிமை இரவுகளில் கூர்ம நில விழிகள் உகுக்கும் உறைபனிப் பாடலொன்றை

ஒவ்வொரு அலையும் அலைமகள் வசமாக்கிட அதைப்

பல குட்டி பனி ஆமைக் கதைகளென மாற்றி மழலைகளிடம் பரிசளிக்க

அவள் எத்தனித்த பொழுதில்தான்

தூரத்திலிருந்து மெரிலயனிடம் கைகுலுக்கிக்கொண்டது ஆமைத்தீவு.

(National Poetry Festival Competition 2020 - First Prize winning Poem)

• •

34. மனவிழியில் மையிட்டவள்

அம்முச்சியின் கிராமத்தில்
நூற்கண்டுகளைச் சிக்கெடுத்து
இரும்பு போசி சுழலும் இயந்திரத்தில்
நூற்கும் வேலை கலா அக்காவுக்கு.

கதவருகே தூர நின்று
தயங்கித்தயங்கிப் பிரியமுடன் பேசும்
அவளிடம் எங்கிருந்தோ
அவ்வளவு அன்பு சுரந்தது,
அவ்வீட்டிற்கு
வெய்யிலை வாரிக்கொண்டு
விருந்தாளியாய் வந்த
நகரத்துச் சிறுமிக்கு.

மை விழிகளால்
அபிநயம் காட்டும் அவளிடம்
தனக்கும் அதுபோல்
வரைந்துவிடக் கேட்டாள் சிறுமி.

தடைகளை மீறித்
தவமிருந்ததன் பலனாய்
கடைசியாகத் தன்
ஒற்றை அறைக் குடிசைக்குள்
மின்சாரமற்றக் கோடைக்கால மதியத்தில்
அழைத்துச் சென்றாள் அவ்வக்கா.

தன் போலவே தலைமடங்கியத் தீக்குச்சியின்
குட்டி வெண்கால்களை
மையில் இழைத்துச் சிறுமிக்குக்
கண் வளர்த்தாள்.

இப்போது ஒவ்வொருமுறை
மையெழுதுகையிலும்
கவுன் போட்ட சிறுமியாகிறேன்.
எங்களுக்குள்ளான தூரங்களைக் கரைக்கும்
அவளின் மேலுதட்டின் முத்துத்துளிகள்
என்னுள் இன்னும்
உலரவே இல்லை.

• •

35. கொள்ளி

உங்கள் பாவங்கள் கரைந்திட
ஆசி வழங்க
எத்தனை முறை
உயர்த்தப்பட்டிருக்கும் அதன்
ஒற்றைக்கை.

மனிதரின் மீதான
அதன் நம்பிக்கைகளின்
வெள்ளந்தித்தனத்தை
இன்னும் இன்னும்
ஆழத்தில் தோண்டி புதைத்துக்கொண்டே
மேலேறி ஏகாந்தத்தில்
திளைத்துத் திரிகிறோம்.

கருகிய காதுகளில்
கேட்கப்பட்ட கடைசி மனிதக்குரல்
மரபணுக்களில் தீட்டிவிட்டிருக்கும்
நூற்றாண்டுகளுக்கான
வஞ்சகத்தின் சிறுபொறி.

தன் குட்டிகளுக்குப் பாலோடு
அணையா வெஞ்சினத்தையும்
சேர்த்துப் புகட்டுவதை
எதிர்காலத்தின் படிமங்களில்
படித்துக்கொள்ளுங்கள்

துவண்டு ஓடுகையில் கூட
உங்கள் பக்கம் வராத அதன்
வாஞ்சையைத்தான்
வனமெங்கும் கிடத்தி
அழுகிறாள்
மலையடிவாரத்தில்
'பெரியசாமி' வருமென
வாசலில் படையலிடும்
முதிர் கிழவி ஒருத்தி.

● ●

36. பகலொன்றில் துறவியான சம்பவம்

நிறைய வருடங்கள் முன்பே தொடங்கிவிட்டது
தூசிகள் அண்டிடாமல்
கவனமாய் வைக்கப்பட்ட புத்தரின்
தனிமை மீதான வாஞ்சை
மௌன விழிகளில் பருகும் காற்று
மொட்டைமாடியில் அமர்ந்த அந்தியின் தனிமை
இரைச்சல் வெளி மௌன நடை
மழலையின் புன்னகைகளில்
கண்டெடுக்கத் தோற்ற
தொலைந்த இளமை
அதில்
பறந்து கருகிய கனவுகள்
கிட்ட வேண்டிய வயதில் கிட்டிடாதத்
தாவணியாடைகள் காண்கையில்
தூர்ந்து விழும்
பதின்ம வருடங்களின் சிதிலங்கள்.
இலை வாடுவதைப் போல
வாழ்க்கை வாடிக்கொண்டிருப்பதை
வெறுமனே பார்த்துக்கிடந்த
ஜென் தருணங்கள்.

எல்லாவற்றையும் மென்றுவிழுங்கி நிமிர்கையில்
இழைக்கப்பட்ட துரோகங்கள்
செய்த பாவங்கள்
பாவமன்னிப்புகளுக்கு
இடமற்ற அவமானங்கள்
தன்மானத்தைப் பலிபீடத்தில் காவுகொடுத்து
ஒதுங்கிக்கொண்டதன் தழும்புகளென
என்றும் தீராத வடுவான வாழ்வின்
ஏதோ ஒரு பகலொன்றில்
கொஞ்சம் கொஞ்சமாகக்
கல்லெனத்
துறவியாகிக் கொண்டிருக்கிறேன்.

• •

37. ஃபாத்திமாக்களின் நெடுந்துயரம்

பேறு பெற்ற நுழைவாயிலில்
பல்லாயிரம் கனவு சுமந்து
காற்றில் அசையும் கதவருகே
வீற்றிருக்கிறது ஒரு பழைய மரம்.

மனு அடுக்குகளில்
மிதிபட இருப்பதறியாது
பறந்து நுழைகின்றன
ஒன்றிரண்டு குறுமுயல்கள்.

வேட்டை நரிகளின்
தந்திரச் செய்கைகளில்
மெல்லக் குத்தப்படுகின்றன
அவமானத்தின் ஊசிகள்.

மறைக்கப்பட்ட சம்பிரதாயங்களை
முறையின்றிப் பின்பற்றி
ரத்தத்தில் எழுதப்படுகின்றன
கடவுளின் மந்திரங்கள்.

நெடுநாளைய
பாலைப் பயணியொருவனின்
வீழ்ச்சிக்காகக் காத்திருக்கின்றன
வல்லூறுகள் வளாகமெங்கும்.

யானையின் அறிவோ
முயல்களின் வேகமோ
எதுவும் பெரிதில்லை
அவர்களைத் தவிர.

நெருக்கடிகளுக்குட்பட்டு
பலமிழந்து நிற்கும்
நிராயுதபாணிகளின் மேல்
மிதித்து ஆடுகிறார்கள் பரதம்.

வீதியெங்கும் மலர்கள் தூவி
இறந்தவர்களின் வாக்குமூலங்களைத்
திரித்துப் பரப்புகிறார்கள்
உயர்ந்த உள்ளம் கொண்ட மேலோர்.

• •

நினைவின்
பிளிறல்

38. மதுரம்

துளி மதுரம் எனைத் தேடி வந்தது
உள்ளிருந்த நிதானத்திற்கு
இருப்புக்கொள்ளவில்லை.
மேலும் கீழும் குதிக்கிறது
சொற்களைப் பிடித்து ஆட்டுவிக்கிறது
நடுங்கும் குரலில் பேசத் துவங்குகிறேன்.
அத்தனை அலைகளும் எழுகிறது
மிதந்து அசைந்து மூச்சடைக்கிறது.
சொற்களின் இடைவெளிகளில்
நிலைக்கிறது எல்லாமும்.
புரிந்து கொள்வதாய் நீயும்
பகிர்ந்து விட்டதாய் நானும்
நிறைவடைந்து கொள்கிறோம்.
இறுதிவரை ஆராயவில்லை
அத்துளி மதுரம்
எப்புள்ளியில்
நம்மிடையே
நமக்குள் கடந்து சென்றது?

• •

39. நமக்குள்

பார்த்துக்கொண்டே
வளர்கிறோம் நாம்.
உன்னருகில் கிளை பரப்பும்
செடிகளைக் கண்டு
அவ்வியம் பூக்கிறது என் மரம்.
..

40. கனியிடை

சாலைக்கு இப்புற மரத்திலிருந்து
அப்புறம் கிளைகள் முட்டிட ஒரு சிலந்தி
வலைபின்னத் துவங்குகிறது.

அந்தரத்தில் ஆடும் அதன் இழையில்
நீலக்கனகாம்பரப்பூ எங்கிருந்தோ பட்டுதிர
அறுந்துவிட்டததன் காதல்.

மீண்டும் முதலிலிருந்து ஆரம்பிக்கப்
புரண்டுபடுக்கிறோம் நாம்.

உறங்காது பின்னியபடி
கிளர்ந்து கிடக்கிறது
இரவு.

• •

41. மேய்ச்சல் மறந்த கிடாய்

விடிகாலையின் கீற்றுகள் வந்து
மடிசாய்ந்துறங்கும்
மலையடிவாரத்து முற்றம்
முன்னம் நீ வந்த சுவடுகளில்
மின்னிக்கிடக்கின்றன
பல நூறு நிலாக்கள்.
அரூபமாக நீ வருகிறாய்.
அதே வாயிலில்
சன்னதமான இசைத்துணுக்கின்
இடைவெளிகளில்
நுழைந்து செல்கிறாய்
நாளைக்கும் நாளை மறுநாளுக்கும்
சேர்த்துப் பெய்யக் காத்திருக்கும் வானம்.
மலைக்காடுகளில் மேய்ந்த கிடாய்கள்
மூச்சுவாங்கத் திரும்புவதைப் போலக்
கடந்து கொண்டிருக்கிறது
எனக்கும் உனக்குமான
இன்னுமொரு வெற்று நாள்.

• •

42. கானல் வெளி

மணற்கடிகையில்
அடைபட்ட மணலென அறைக்குள்
அடைபட்டுக் கிடக்கிறேன்.
மழை விடுத்த இரவின் கடைசி நிமிடப்
புலர்தலெனக் கனவில் எழும் உன்னை
நெருங்கி முத்தமிட இயலாது
இருளுக்குள் இன்னும் புதையுண்டிருக்கிறேன்.
நீயமர்ந்து காத்திருந்த இடத்தில்
சரக்கொன்றை இன்றும் விழுந்து
என்னைத் தேடிக் கொண்டிருக்கும் பொழுதில்
கண்ணாடிக் குடுவையினுள் அடைபட்ட
ஹீலியம் வாயு ஏற்றிய இறகின் மேல்
நான் மிதந்து கொண்டிருப்பேன்.

••

43. சலனம்

தும்பி தொட்டு
நகரும் குளத்தின்
சிறு சலனப்பொழுதென
உன் இருப்பும் எனை
ஆட்கொள்கிறது.
வட்டங்களை வரைந்து
அதன் நடுவில்
எப்போதும் வீற்றிருக்கிறாய்.
வெளியேறும் பிரக்ஞையற்று
அமர்ந்திருக்கும் உன்னிடம்
எதைச் சொல்லி
எதை விடுக்க.
சலனத்தின் அதிர்வுகளைப்
பகிராமலும் போகலாம்
காலம்.

∴

44. மயக்கம்

மகிழ் மரத்தின் உயிர்க்காற்றிலிருந்து
பிறக்கும் ஒரு பூ
நீயெனக் காட்டுகிறது.
பசிய காம்பினை விள்ளலிடத்
துடிக்கும் எறும்பின் கடிப்பில்
உன் உரு.
மீண்டும் அந்த புல்லாங்குழலைத்
தயை கூர்ந்து ஊதிவிடாதே.
உதிரத் துவங்கும் பூக்களில்
எல்லாம் நீயென்றான பின்
எதைப் பிடித்து எதை விடுக்க.

• •

45. கனவு

பிச்சிகள் விழுந்த முற்றத்தில்
உருக்கொண்ட தாமரைத் தடாகத்தில்
அவிழும் மொட்டுகளினுள்
கடைசி நாட்களில் குடியிருப்பேன்.
முடிவு கால விடைபெறல்களை
அதன் சுற்றத்தில் துளிர்க்கும்
சின்ன இலைகளிடம் உரையாற்றித் தீர்ப்பேன்.
மின்னல் முயக்கத்தில் விடுபடும்
மேகத்தின் மெல்லதிர்வென
உடல் பிரிந்த உயிரின்
சொற்களில்
இன்னும்
இன்னும்
ஏதேனுமொரு குளத்தில்
மொட்டாகிக்கொண்டிருப்பேன்.

∙∙

46. காத்திருப்பு

உலகத் துயரனைத்தும் வடியும் நொடியில்
பூங்கொத்துகள் விற்கும் கடைத்தெரு செல்வேன்.
பல்வண்ண நிறத்தில் பூத்துச் சிரிக்கும்
அவற்றின் மென்னிதழ்களில் இதழ் பதிப்பேன்
உனக்காகக் காத்திருக்கும்
அதே மரத்தடி இருக்கையின் ஓரத்தில்
டிசம்பர் குளிருக்கான நடுக்கத்துடன் காத்திருப்பேன்.
நீ எல்லோருக்குமான பேரமைதியோடு வரும்
திசையின் வெளிச்சத்தில்
நாம் வாழப்போகும் நாட்களின் குறிப்புகளை
மகிழ்வோடு எழுதிக் கொண்டிருப்பேன் அப்போது.

..

47. அழைப்பு

என் பெயரைச் சுருக்கி
இரு எழுத்துகளில்
எனைப் பொதித்தாய்.

அவ்விரு எழுத்துகளை
நீ நீட்டியும் சுருக்கியும்
அவ்வப்போது
அழைக்கிறாய்.

காதலும் ஊடலும்
குறில் நெடிலென
மாறிமாறி விளையாடுகிறது
அவற்றில்.
நான் வேடிக்கை மட்டும் பார்க்கும்
சிறுமியாகிவிடுகிறேன்
அப்போது.
..

48. பச்சைப் புள்ளிகள்

பதிலுக்காகக் காத்திருத்தலின்
வாட்சப் புள்ளிகளில் சேர்கிறது
இருவருக்குமான நினைவுகள்
வாசல் கடந்து நுழைந்த
மதிய வெயிலென
வீற்றிருக்கிறது மனதில்
அடுத்த பச்சைப் புள்ளி
தோன்றும் வரை
தவழ்ந்து கிடக்கிறது அன்பு
ஒரு குழந்தையின்
கதக்கல் வாசனையுடன்
ஒரு வயோதிகத் தம்பதிகளின்
கை பற்றுதலெனப்
பச்சையாகிப்போய் இருத்தலே
ஆறுதலென்று ஆற்றிக் கொள்கிறது
உனக்கும் எனக்குமான
பச்சைப் புள்ளிகள்.

● ●

49. அதிரும் சொற்கள்

அதிரும் சொற்களை
உதிர்க்கும் உன் நாவினால்
சுவைத்த முத்தத்தின்
மொத்தத்தையும் குழைத்து
ஊற்றிக் கொண்டிருந்தேன்
இரு ரொட்டித் துண்டுகளில்.

அனிச்சைப்பூத் தொடலினும்
மெல்லிய விரல் கொண்ட
உன் கைகளில் அமர்ந்து
அணைத்துக் கொள்கிறேன்
ஒரு பட்சியைப் போல.

தீய்ந்த ஒரு ரொட்டித் துண்டின்
ஒரு பக்கத்தில் தீராது எழுதிய
ஒற்றைச் சொல்
தீயிட்டிருந்தது என்
அமேசான் காட்டின்
முயல்களின் மேல்.

∴

50. இக்கணம்

ஏன் குதூகலத்துக்குள் நிரம்புகிறது இக்கணம்?
துயர்மிகு பகல்களையும்
தனிமையின் இரவுகளையும்
நனைத்த காற்றைச்
சுவாசித்துக்கிடந்த
இத்தூல உடலுக்கு
இந்த யாமத்தில் என்ன கிறுக்குப் பிடித்துவிட்டது?
கண்விழிக்காமலே இமைகளுக்குள்
எதை உருட்டி
எதற்கு சத்தமெழுப்புகின்றன?
மூச்சு ஒரு கணம் நின்றது போலவும் இருக்கிறது
மறுகணம் லேசாக விடுவது போலவும்.
மீண்டும் மீண்டும்
பேதைமையில் விழும் இந்த பாழும் மனதை
எதைக் கொண்டு கட்டுவது?
சிறிய மெழுகுவர்த்திச் சுடரின் ஒளி
சிறிது நேரமே எனத் தெரிந்தும்
அனுதினமும் என்னால் ஏன் ஏற்றப்படுகிறது?
ஒவ்வொரு சுடரிலும் ஒரு வாழ்விருக்கிறது
ஒவ்வொரு துகள் வெளிச்சத்திலும் நான்
இருக்கிறேன் என்ற போதை இருக்கிறது
அதுவே என்னைத் துயரங்களிலிருந்து மீட்கிறது.

அதுவே நான் மூழ்கவும் காரணமாகிறது.
நான் துயரங்களில் மீண்டு
மகிழ்வில் நீந்துகிறேன் அல்லது
மகிழ்விலிருந்து வெளியேறி துயரங்களில்
மீன் பிடிக்கிறேன்.

••

51. கோடைகாலப் பாடல்

இந்தக் கோடைக்காலம்
எல்லாவற்றையும் போர்த்திக்கிடக்கிறது.
நகரத்தின் வீதிகள்
அதன் நீண்ட கரங்களால்
வெளியேறும் பாதங்களைப் பற்றிக்
கூடவே அழைத்துச்செல்ல மன்றாடுகின்றன
வானம் தெளிந்த நீலத்தில்
தொட்டி நீரின் சூட்டோடு காத்துக்கிடக்கிறது
என்னைப் போலவே
குளிர்காலத்துக்கு முன் வரும்
உன்னைக் காண
உன்னோடு அழைத்து வரும்
மழையைக் காண
பூக்கள் காய்ந்து நிற்கும்
மஞ்சள் பூச்செடியின் விதை
தன் மேல் விழும்
ஒரு துளிக்காகக் காத்திருக்கிறது
தன்னைத் திறக்க
தன்னுள் கரைய

நித்தியத்தின் கரங்களில்
எரியாதிருக்கும் மெழுகுவர்த்தியின் திரியில்
எதிர்பாராத மழைச்சாரல் பட்ட விதை
தெறித்து விழும்
அப்போது அங்கு
ஜுவாலையாய் எரியத் துவங்கும்
மெழுகுவர்த்தித் திரியில்
நிகழும் தழலுக்குள்
ஜொலித்துக்கிடப்போம்.
..

52. நீயில்லா வானம்

உன் மேசையும் வெற்று நாற்காலியும்
திரும்பி எனைப் பார்த்தபடி
இருக்கிறது

நேற்று இட்ட சண்டைகள்
காதுகளுக்குள் விழவே இல்லை.
கணினி இன்னும் உறங்குகிறது.

அறையில் தவறுதலாய் எரியவிட்ட
விளக்கை அணைக்கும் முன்
உடல் முழுதும் தழுவி அழுகிறது
சொல்லமுடியாத ஒரு வெறுமை

அமைதியின் ஊஞ்சலில்
ஆடிக்கொண்டிருக்கிறது
ஒவ்வொரு அறையும்.

வெளிப்புற அரவங்கள்
சன்னல்கள் வழியே நுழைந்து
அரை நொடியே
தலை கோதுகின்றன

ஏதோ
ஒரு மேல்வீட்டிலிருந்து
என் கழிவறையின் குழாய்களில்
வடிகிறது
யாரோ ஒரு சக உயிரியின்
இருப்பின் ஆறுதல்

மீண்டும் ஆரம்பித்த
கொடும் தனிமையின் முதல் நாளில்
எல்லா வேலைகளையும் மறந்து
ஒரு கணம்
அம்மாவின் மடியாய் நினைத்து
பொம்மையொன்றை
அணைத்துக்கொள்கின்றன கைகள்.

• •

53. போதும்

நீட்டி முழக்கும் வாக்கியங்களின் வழி
அன்பு தேவையில்லை.
பெரும் பயணத்தினூடே
ஏதோவொரு மரத்தில்
எங்கிருந்தோ வந்தமரும் பறவையின்
சிறகுகள் ஓய்ந்த நொடியில்,
அம்மரத்தின் குளிர்காற்று ஒத்தடமென
ஒற்றை வார்த்தை போதும்.
கைகளின் ஏதேனுமொரு விரலின் நுனியில்
தலைவருடல் கூடப் போதும்.
இன்னும் திறக்காமல் இருக்கும்
சன்னலினைத் திறந்து விடும்
அதிகாரமற்ற அன்பு போதும்.
இன்னும் படிக்காதிருக்கும் புத்தகங்களென
ஒவ்வொருமுறையும்
என்னைக் குற்றவுணர்வுடன்
காணாதிருந்தால் போதும்.
பின்பு எப்போதாவது எனை நோக்கிச்
சில புன்முறுவல்களைத் தவழவிடும்
உன் முகமும்.

∙∙

54. காதற் கடும்புனல்

சலனமில்லாத குளமொன்று
என் காட்டில் உண்டு.

யாரும் கண்டிராத அதன்
வதனத்தினை அடர் காட்டின் நடுவில்
ஒளித்து வைத்திருக்கிறேன்.

பௌர்ணமி நெருங்குகையில்
வானின் விண்மீன்களைக் கொய்து
தன்னுள் அதக்கிக் கொள்ளும் அதில்
அரிதான கணங்களில் மட்டும்
மீன் பிடிக்கப்படும்.

பின் எப்போதும்
செம்புலத்தின் சேற்றை
உடலெங்கும் வியாபித்துக்
கிளர்ந்து கிடக்கும் குளம்.

மறுவிசாரணைகளின்றி
கடமைகளில் ஆழ்ந்து
மழுங்கடிக்கப்படும் காதற்புனலின்
வழித்தடங்கள்.

இனி
மோனத்தவத்தில்
கடலில் பாயும்
என் ஆயுளுக்குமான
காதல்.

∙∙

55. சிறுகோட்டுப் பெரும்பழம்

தீவில் குவிந்து கிடக்கும்
சீமைக்காரைக் கலவையின் நிறத்தில்
கார்முகில் அவனுள் திரள்கையில்
ஏதோ ஒரு தீபகற்பத்தில் மழையின் சிதறல்களில்
தன் அணங்கு உடலையும் நனைத்துக்
காயும் துணிகள் எடுக்கிறாள் அவனின் அவள்.

அலமாரிச் சட்டையை அவளின் ஈர மேலாடை
அணைக்கும் ஒவ்வொரு கணமும்
முழங்கால் வரை நீண்ட
அவனின் பொன்மஞ்சள் காலுறையில்
சாம்பல் தீற்றல்களாய் மின்னுகின்றன
தேசங்கள் கடந்த தேகங்களின் வேதியியல் துளிகள்.

இருள் நுணங்கும் அறையினுள்
துயிலும் மூச்சொலிகள் இடையே
முகம் பார்த்து மௌனத்திலேயே முடிகிறது
இருவரின் பெரும்பாடும்.

அலைபேசி பிம்பத்தின் நெருப்புக்குட்டி
அவளின் கைகளில் ஊதிப்பெருக்க
அவனற்றுப் புலரும் கனலியில் பெருங்கடல் தாகத்தில்
இன்னும் இன்னும் தகித்தே கிடக்கிறாள்.

• •

56. இடந்தலைப்பாடு

எனக்குப் பிடித்த பிரத்தியேக
ஒலித்துணுக்கு நீ
குறுஞ்செய்தி அனுப்புகையில் மட்டும்
கேட்க வைத்திருக்கிறேன்.

அரிதினும் அரிதான
அந்த ஒலி
எப்போதேனும் கேட்கும் அந்த நொடி
என் வீடு பூந்தோட்டமாவதைக் கண்டேன்.

மிருதுவான பன்னீர் ரோஜா வாசனைக்கு
அந்த ஒலி
உருவங்கொடுக்கிறது.

பார்க்க இயலாத இந்த காலங்களை
அந்த ஒலி கொண்டே
மலர்த்திக்கொண்டிருக்கிறேன்.

அரிதான அந்த இசைத்துணுக்கு
என்னைத் தீண்டும் கணம்
இதுவரை தொட்டுக்கொள்ளாத
நமக்கிடைப்பட்ட விரல் தூரத்தைத்
தொட்டு நகர்கிறது.

அந்த ஒலித்துணுக்குக்கு இப்போது
நம் இருவரின் சாயல்.

✦✦

57. கூத்து

இருள் சுருண்டுறங்கும் நேரம்
எதேச்சையான நகர்தலில்
விரல் பட்டுவிட்டது.
காத்திருக்கும் மலரென
அள்ளிக்கொண்டன கரங்கள்.
போர்த்திய நெகிழிப்பைக்குள்
எப்படி முடங்கினாலும்
காலோ தலையோ
சமயங்களில் காதலோ
எட்டிப்பார்த்தே இருக்கிறது.
உதிக்கும் விடிவெள்ளி ஒளிக்கம்பியூடே
மீட்பன் வரும் கனவில்
நாம் திளைத்த வேளை
அசமந்த வளைவினில்
ஒரு நாகரிக யுவனின் வாகனம்
சாலையோர திட்டுடைத்து
மிகச் சரியாக நம்மேல் ஏறிப்புரளக்
களித்தன அதன் சக்கரங்கள்.
பெருகும் குருதியில் வீதியெங்கும்
கள்வெறி கொண்டிருந்தோம்.

∴

58. அமோகத்தின் சொற்கள்

நேற்று மாலை கடைசியாய்
சாளரம் கடந்த பறவையின் நிழல்
இப்போதும் என்னருகே அமர்ந்து
எழுதிக்கொண்டிருப்பதில் ஒவ்வொரு எழுத்தாய்
கொத்திக்கொண்டிருக்கிறது.
தவறிவிடும் பதட்டத்தில் சில எழுத்துகள்
அதன் கால்களின் அடியில் அழுத்தப்படுகையில்
அங்குச் சுட்டெரிக்கும் கங்குகளை
உன் பாதங்கள் தாங்கிய வலி
என் விரல்களில் படர்கிறது.
தண்டிக்கப்பட்ட எல்லா இரவுகளிலும்
பூனைகள் மட்டுமே
சுதந்திரமாய்த் திரிகின்றன
அப்புறம்
சில தெரு நாய்களும்.
மேகம் ஏந்திய மழைநீரின் ஒரு துளி
நடுநிசியில் கிளர்த்தும் ஆதுர முத்தங்களை
எப்பறவையும் கொத்திடாது
பதுக்குவதிலேயே
ஆயுள் அதிர்வுற
நீட்டிப்படுத்து நாட்களாகிறது என்கிறது
போர்வையினுள்
குறுகிக்கிடக்கும் பொன்னுடல்.

59. மண ஊஞ்சல்

நிதானமாகத் தொங்கிக்கொண்டிருக்கிறது
கட்டிய தாலியின் மஞ்சள் மணக்கிற
பொன் மினுக்கும் பருவங்கள்
பிசிறு பிடித்த சொந்தங்கள்
கொடும் காலத்தின் சித்திரங்கள்.
அனைத்தையும்
களிப்புறக் கடந்தோம்.
தலைக்குள் ஏறிப் பதுங்கும்
பாம்புகளின் வால் நீட்டிக்கிறது
இருவருக்கும் இடையில்
பெருத்த இடைவெளிகளை.
கோவணம் இழக்கத்துணியாது
போர்க்களத்தில் வீழாதிருக்க
இருவரின் கால்களையும்
மாறிமாறித்
தாங்கிக்கொண்டோம்.
வதையுறுகையில்
நீட்டிடாதக் கரங்களைப்
பற்றும் பொழுதெல்லாம்
விரிந்து விரிந்து
சிவக்கின்றன நாசித்துவாரங்கள்.

புகையும் அனலைப் பாதாளத்தில் பதுக்க
அந்தரத்தில் நின்று ஊஞ்சலாடும்
கடந்த காலத்தை
விசிறிக்கொண்டிருக்கிறேன்.
நம் வெளியெங்கும்
செங்கால் நாரைகள்
பறந்து திரிகின்றன.
நீ அதை
"வெண் கொக்குகள்
பறக்கிறது பார்" என்கிறாய்.

▪ ▪

60. விடுவித்தல்

விடுவிப்பதென்று முடிவானபின்
எங்கு விடுவிக்கப்போகிறாய்
என்பதே பிரதானமாகிறது.
வேனிற்காலப் பாலையின்
வெண் மணலில் விடுவாயென
வெம்பிக் காயக் காத்திருக்கிறது
உடல் முழுக்கப் பூனையின் உருவத்தில்
நெளியும் ஆற்றாமை.
பனிப்பிரதேச முகடுகளில் விடுவிப்பாயென
உறைகிற உள்ளத்தில் பதியும் நாளை
இப்பொழுதே நினைத்துக் கொள்கிறது
உள்ளிருக்கும் காட்டாறு.
அடர் வனத்தில் விட்டுச்சென்றால்
பிழைத்துக்கொள்வேனென உள்ளிருக்கும்
கரிச்சாங்குருவிகள் சதாச் சத்தமெழுப்பி
அமைதியிழக்கச் செய்கின்றன.
ஆழ்கடல் நடுவில் விட்டுச்செல்வாயென எண்ணி
உடல் ஒரு மரமாய்
மாறிக்கொண்டிருக்கிறதென்பதை
இதோ உன் முன்
எல்லாவற்றிற்கும் தலையசைத்து
மரத்து நிற்பதில் புரிகிறதில்லையா?

இவையேதுமின்றி
ஒரே ஒரு சொல்லில்
எல்லா துக்கங்களையும்
மேலெழுப்பி விடுகிறாய்.
பாங்கசப்பானதொரு மரணத்தைப்
பருகும் முன் கடைசியாகக்
கேட்க விரும்புகிறேன்
பாவமன்னிப்புகள்
சாத்தியமானது தானே?

• •

61. வேண்டுதல்

ஒரு இடம் பிடிக்க வேண்டும்.
சீனிப்புளியங்காய் மரம் மட்டுமே
நதி போல அங்கே
விரித்து மலர்த்த வேண்டும்.
கனி ஈனும் கிளைகளுக்குள்
கூடுகளில் பறவைகளின் கீச்சுகள்
வனமென நிரம்பி
ஊரெங்கும் மகிழ்வை நிரப்ப வேண்டும்.
பழைய காலத்தின் பொன்வண்டுகளும்
அவை குடையும் குகையை ஆராயும்
சிறார் கூட்டமும் வேண்டும்.
எப்போதும் அம்மரத்தடியில் ஈரம் சுரக்கும் தாய்மடியென
மழை பொழியும் வான் வேண்டும்.
தலை துவட்டலைப் போல
எப்போதேனும் கிளையசைத்துக் கொடுக்கும்
கனிகள் என் நா சுவைக்க வேண்டும்.
போதுமென காலம் என்னை அதன்பின்
தன் கரங்களுக்குள் பொத்திக் கொள்ளலாம்.
அதன்பின் தாய் கொத்தித் தந்த குஞ்சுப்பறவையின் நாவில்
சீனிப்புளியங்காயின் அணுத்துகளென
நானே ஒவ்வொருமுறையும் சுவைக்கப்படும்
பேரன்பு மட்டும் வேண்டும்.

∴

62. வேறு நிலம் வேறு கடல்

இந்த இரவினை
உறங்க வைக்க
அலை மெல்ல அடித்துக் கொண்டிருக்கிறது
கரைக்கும் வலிக்காமல்.

நீயென்னை மௌனமாய்
கொன்று போட்ட இடத்திலேயே
அமர்ந்திருக்கிறேன்.

நீண்ட நாசிகள் வழியே
உயிர் வடியத் துவங்குகையில்தான்
கூப்பிடும் தூரத்தில் யாரோவொரு
அவனும் அவளும் அவர்களுக்கான
அன்றாடங்களைப் பகிர ஆரம்பித்திருந்தார்கள்.

என் விரல்கள் துலாவும் மணலின்
வெளியெங்கும் யாரோ பேசிச் சிரித்த
சிரிப்பொலி சிதறிப் பரவுகிறது.

வடியும் கண்ணீரின்
தடம் மறைக்க
இருளின் முகத்தில்
முத்தமிடத் துவங்கியிருந்தேன்..

தலைக்குப் பின்னால் வழியும்
குருதியினூடே
மஞ்சள் வெளிச்சம் எட்டிப் பார்த்துக்
கொண்டிருந்தது.
அதில் உன்னைப்போலவே
ஒருவன் கிடார்
வாசித்துக் கொண்டிருந்தான்.

மெல்ல வடியத் துவங்கியிருந்த
துயரை ஏந்திக் கொள்ள
எங்கிருந்தோ ஓடி வந்தது
ஒரு கருப்பு நாயும் அதன் துடிப்பும்.

கிடார் இசையினூடே
சீகல் காகமென
இருளில் கரைந்து கரைந்தது.

இப்போது நம்மிடையே
நாம் மட்டுமே.
..

63. காதலர் தினம்

இதயத்தின் அறையில்
ஒரு மேசையிட்டேன்.
முதற் காதலும்
தற்போதைய காதலும்
எதிர் எதிரே அமர்ந்துகொண்டன.
முதற்காதலிடம்
அவ்வளவு உற்சாகம்.
தன் பற்றிய நினைவுகள் பதிந்த
இதயச் சுவர்களைச்
சுற்றிச்சுற்றிப் பார்த்து
லயித்திருந்தது.
தற்போதைய காதல்
ஒரு புன்னகையுடன்
சாவகாசமாய் சரிந்து
அமர்ந்துகொண்டது.
முதற்காதலிடம் இருந்த
வெகுளி முகத்தை
அவ்வளவு கனிவுடன்
கண்டுகொண்டிருந்த
தற்போதைய காதல்
ஏதோ நினைவு வரச்
சட்டென
எழுந்து கொண்டது.

அதுவரை இதயத்தின் சுவர்களில்
தன் பெயரைத் தேடிக்கொண்டிருந்த
முதற்காதல்
குழந்தையாய் மாறி
கை பிடித்து இழுத்தது.
அவ்வளவுதான்.
எதுவும் யூகிக்க முடியாத
புகைமூட்டம் இதயத்தைச்
சூழ்ந்துகொண்டது.
இரண்டு காதலும்
என்ன பேசின தெரியவில்லை.
ஆயினும்
ஒன்று அன்னையாய்
மற்றதைத் தாங்கும்
என்பதை மட்டும்
உணர முடிந்தது.

• •